D1680391

நிறமி

ஆண்டன் பெனி

படைப்புப் பதிப்பகம்
8, மதுரை வீரன் நகர், கூத்தப்பாக்கம், கடலூர், தமிழ்நாடு - 607002
செல்: 94893 75575

நூல் விவரக் குறிப்பு

- **நூல் பெயர்**
  நிறமி (கவிதைகள்)

- **ஆசிரியர்**
  ஆண்டன் பெனி
  உரிமை   ஆசிரியருக்கு

- **பதிப்பு**
  முதற்பதிப்பு - 2020

- **வடிவமைப்பு**
  ஹபீப் ரஹ்மான்

- **அட்டைப்படம்**
  முகமது புலவர் மீரான்

- **உள்ளோவியங்கள்**
  ஓவியர் அன்பழகன், ஹபீப் ரஹ்மான்

- **பக்கங்கள்**   90

- **அச்சிடல்**
  படைப்பு மீடியா நெட்வொர்க்ஸ்

- **வெளியீடு**
  படைப்புப் பதிப்பகம்
  www.padaippu.com
  admin@ padaippu.com
- ISBN: 978-81-940360-3-6

- **விலை : ரூ.90**

Nirami (Poems) I Author : Anton Beni I Published by : Padaippu Pathippagam

என் இவாஞ்சலினுக்கு...

நன்றி

கவிஞர். இளம்பிறை
சிந்தனையாளர். மணிமேகலை சௌரிராசன்

பதிப்புரை

புறவாழ்வைப் பாடும் இலக்கியங்களும் இதிகாசங்களும் தோன்றிய அதே காலத்தில்தான் தலைவன் தலைவியின் அகவாழ்வைப்பாடும் இலக்கியமும் அரங்கேறி முக்கியத்துவம் பெற்றன தமிழில். புறவாழ்வில் நிகழும் அனைத்தும் அகவாழ்வின் ஆரம்பப் புள்ளியிலிருந்தே தொடங்கும் என்பதன் அடிப்படைத் தத்துவமே இதற்கு காரணமாக இருக்கலாம். புறம்சார்ந்த விஷயங்களை கொஞ்சம் புலம்பலாகவும், கொஞ்சம் பொய்க் கோபங்களாகவும் புறந்தள்ளிவிட்டு அகம்சார்ந்த விஷயங்களில் அடைகாக்கும் தாய்ப்பறவையென அன்பைப் பொழிவதினாலாயே பெண் தாய்மை நிலைக்கு உயர்கிறாள். அப்படிப்பட்ட பெண்மையின் அன்பு, காதல் ஏக்கம், பிரிவு, தனிமை, தவிப்பு போன்ற எண்ணிலடங்கா எண்ணங்களை வண்ணங்களாக குழைத்துத் தருவதே “நிறமி” கவிதைத் தொகுப்பு. தலைவன் தலைவி, ஆடவர் மகளிர் என ஆதிச் சரித்திரத்தின் நீட்சியாக கணவன் மனைவி இடையே நிகழும் அகவாழ்வைப் படம் பிடித்திருப்பது இத்தொகுப்பின் பலம்.

கோவில்பட்டியைப் பிறப்பிடமாகவும் திருச்சியை வாழ்விடமாகவும் கொண்டுள்ள ரவிக்குமார் என்கிற ஆண்டன் பெனி அவர்களுக்கு இது ஐந்தாம் தொகுப்பு. இவர் வாரப்பத்திரிக்கைகளிலும் சமூக வலைத்தளங்களிலும் தன் எதார்த்தமிக்க பல படைப்புகளால் நன்கறியப்பட்டவர். இவரது முதல் தொகுப்பான “இந்த பூமிக்கு வானம் வேறு” படைப்பு பதிப்பகம் மூலமே வெளியிடப்பட்டு பல விருதுகளைப் பெற்றுத் தந்தது இவருக்கு. மேலும் படைப்புக் குழுமத்தால் வழங்கப்படும் உயரிய விருதான கவிச்சுடர் விருதும் பெற்றவர் என்பது குறிப்பிடத்தக்கது.

எமது படைப்பு பதிப்பகத்தின் மூலமாகத் தனது கவிதைத் தொகுப்பை வெளியிட முன்வந்த படைப்பாளி ஆண்டன் பெனி அவர்களுக்கும், அணிந்துரை வழங்கிய தோழமை இளம்பிறை அவர்களுக்கும் தோழமை மணிமேகலை அவர்களுக்கும், அட்டைப்பட வடிவமை முகமது புலவர் மீரான் அவர்களுக்கும், உள் கட்டமைப்பை வடிவமைத்த படைப்பாளி ஹபீப் ரஹ்மான் அவர்களுக்கும், உள் ஓவியங்களை வழங்கிய ஓவியர் அன்பழகன் மற்றும் வடிவமைப்பாளர்

ஹபீப் ரஹ்மான் அவர்களுக்கும், மெய்ப்புத் திருத்தி உதவிய படைப்புக் குழுமம் ஆசிரியர் குழுவுக்கும் மற்றும் இந்நூல் வெளிவர உதவிய அனைவருக்கும் படைப்புக் குழுமம் தனது நன்றியைத் தெரிவித்துக் கொள்கிறது.

வளர்வோம்...! வளர்ப்போம்..!!

- ஜின்னா அஸ்மி,
பதிப்பாளர்
படைப்புக் குழுமம்

என்னுரை

இது ஒரு நிராசைகளின் தொகுப்பு

இல்லத்தரசிகளின் மூன்று பொதுவான வார்த்தைகளே இந்தத் தொகுப்பினை எழுத என்னைத் தூண்டியது.

"திரும்பிப் போனேன்னா எங்க அப்பா அம்மா வருத்தப்படுவாங்களேன்னு வாழ்றேன்" "குழந்தைகளுக்காகவாவது உங்களோட வாழவேண்டியிருக்கே" "இனி என்ன இருக்கு? சாவு வந்துட்டா போதும் நிம்மதியாப் போயிடுவேன்" எங்காவது என்றில்லை, எங்கெங்கும் இல்லத்தரசிகளின் ஒருமித்த குரலாக இருக்கிறது. அவர்களின் ஒட்டுமொத்த வாழ்வினையும் இந்த மூன்று வாக்கியங்களுக்குள் அடக்கிவிட முடிகிறது.

விஞ்ஞானத்தின் அபரிதமான வளர்ச்சிக்குப் பின்னும், யாவும் உளவியல் ரீதியாக அணுகப்படும் இந்தச் சூழலிலும் தொடர்ந்து சொந்த வீட்டில் இல்லத்தரசிகள் அந்நியப்படுத்தப்பட்டு வருகிறார்கள்..

மனைவி என்கிற ஒருத்திக்கு., வேலை, குழந்தைகள், வீடு பராமரிப்பு ஆகியவற்றிலேயே தன்னுடைய வாழ்க்கையினைத் தொலைத்துவிடும் சூழலே இப்போதும் தொடர்கிறது.

அதற்காகக் கணவர்களைக் குற்றவாளிக் கூண்டில் நிறுத்தும் முயற்சிகள் ஏதும் என்னிடம் இல்லை. அப்படி முயற்சித்தால்... நானே முதல் குற்றவாளி ஆகிவிடும் வாய்ப்பு அதிகம்.

இதனைத் தொகுப்பாக வெளியிடும் படைப்புக்குழுமம் ஜின்னா அஸ்மிக்கு என் வணக்கம்.

....ஆண்டன்பெனி

அணிந்துரை

என் தனிமை பற்றி ஒரு பறவையிடம் கேள்

- இளம்பிறை.

கவிஞரான ஆண்டன் பெனி தன் கவிதை மனதை ஒரு பெண்ணாகப் பாவித்து அல்ல இருத்தி... தன் காதல் கணவன் மீதான அவளது எதிர்பார்ப்புகளை, விமர்சனங்களை புகாராக அல்லாமல் வருத்தங்களாகவும் விருப்பங்களாகவும்... ஒரு புதிய முயற்சியில் எழுதி அதில் வெற்றியும் பெற்றிருப்பதே இந்த நிறமி தொகுதியின் கவிதைகளாக இருக்கின்றன.

தனிமை மனநெருக்கடிகளின் எழுதமுடியாத பெண்ணின் கண்ணீர்த் துளிகளை இதில் எழுதியிருக்கிறார். சகதியில் உதிர்ந்து அமிழும் ஞாபகமலர்களோடு தன் கண்ணெதிரே தானும் அமிழ்ந்து போவதை, கணமும் ஓயாத நினைவுச் சூழல்களில் துரும்பென மூழ்கித் தொலைந்து போவதை... முன்பொரு காலத்தில் அதிமுக்கியமானவளாகக் கொண்டாடப்பட்ட தான் இப்போது முன்பு கொண்டாடியவனின் புறக்கணிப்பு வெட்கையில் புழுங்கிக் கிடப்பதை தன் காதல் மனைவியின் மனநிலையில் கவிதைகள் ஆக்கியிருக்கிறார் இத் தொகுப்பில்.

பேராசிரியர் பாரதிபுத்திரன் அவர்கள் தொகுத்துள்ள கொல்லிமலை மக்களின் பாடல்கள் தொகுப்பில் மலைவாழ் பெண்ணொருத்தி பாடிய என் நெஞ்சைவிட்டு நீங்காத பாடல் வரிகள் இவை

அந்த மலையில எரியிற தீ

என் மனசுல எரியுதடா

அந்த மலையில் உள்ள காடு தீப்பிடித்து எரிதல் என்பது எவ்வளவு கொடூரமானது... எத்தனை எத்தனை உயிர்களை கருக்கி, பேய்க்காற்று அள்ளிச்செல்லும் சாம்பல் மேடுகளாகக் கூடும்? அப்படியொரு பெருந்தீ பெண்ணின் மனதில் எரிவது எவ்வளவு துயரமானது!

தினம் தினம் உன் உறவுல வேகுறதை விட

ஒரு வழியா ஒருகட்டு வெறகுல வேகுறது மேல்

என்ற பெண்ணின் அனுபவமொழியும், இப்படி பற்றி எரிந்த ஒரு மனதிலிருந்துதானே பிறந்திருக்க முடியும்! இப்படிப்பட்ட 'எரிதல்'களை நுட்பமாக நடையற்ற ஒரு புதுக்கவி நடையில் சின்ன சின்னதாக எழுதி இருக்கிறார் ஆண்டன் பெனி. கூடவே இது ஒரு நிராசைகளின் தொகுப்பு என்பதையும் பகிரங்கப்படுத்தி உள்ளார்

என் தனிமை பற்றி

ஒரு பறவையிடம் கேள்

அதன் அலகினும்

கூர்மையானது அது

இந்த இவரின் கவிதை தனிமையில் தகிக்கும் எவரையும் கண்கலங்கச் செய்துவிடும். தனிமையை போலொரு பேரின்பமும் இல்லை, தனிமையை போல ஒரு மகா துன்பமுமில்லை. அதிலும் பெண்களின் தனிமை என்பது ஆண்களின் தனிமைபோல் சுவராசியமானதோ, சுலபமானதோ அல்ல. தனிமை என்பது சிலநேரங்களில் பறப்பதற்கான இறக்கைகளைப் போல் தோன்றினாலும் உண்மையில் பாறாங்கற்களை நகர்த்திச் செல்வதைப்போல பொழுதுகளைக் கணக்கவும் வைத்துவிடுகிறது. அது தோள்மீது அமர்ந்திருக்கும் பச்சைக்கிளி போல் பரவசம் காட்டினாலும், மதயானையாகி மனதை மிதித்துத் துவம்சம் செய்துவிடுகிறது.
பாலைத்திணை குறுந்தொகைபாடல்

காதலர் உழையர்

ஆகப் பெரிது உவந்து

என்பதில் விழா கொண்டாடிய இடம் வெறிச்சோடிக் கிடப்பதுபோல், அவர் பிரிவுக்குப் பின், நானும் ஓர் அற்பமான புல்லெனெ கிடக்கிறேன் தோழி என பெண்ணின் தனிமையை உணர்ந்து பாடியிருக்கும் அணிலாடுமுன்றிலார் நீட்சியை ஆண்டன் பெனியின் கவிதைகளில் காண்கிறேன்

ஒளவையார் காதலில் பிரிந்த தனிமையை குறுந்தொகை பாடலில்

மூட்டு வேன்கொல் தாக்கு வேன்கொல்
ஓரேன் யானுமோர் பெற்றி மேலிட்டு
ஆஅ ஒல்லெனக் கூவு வேன்கொல்
அலமரல் அசைவளி அலைப்பவென்
உயவுநோ யறியாது துஞ்சும் ஊர்க்கே.

என வேதனை கொள்கிறார். இதன் சுருக்கமான பொருள் புணர்ச்சி ஆசையால் நான் துன்புற்றுக் கொண்டிருப்பதை அறியாத இவ்வூர் நன்றாக தூங்கிக் கொண்டிருக்கிறது. இதற்காக முட்டிக்கொள்வேனா, ஊரைத்தாக்குவேனா ஆஅ ஒல் எனக் கத்துவேனா ஒன்றும் புரியவில்லையே இந்தக்கொடியை தனிமையை என்பதாகும்.

பூக்களை நானே கோர்த்து
நானே உதிர்ப்பதாக இருக்கிறது
என்னுடைய இரவுகள்

என்றும்,

வெளிச்சம் இருக்கும் வரைதான்
பறக்கும்
பறவையின் நிழல்

என்றும், நாற்றுவயல் தண்ணீரில் நாள்முழுக்க வேலை செய்த நடவு பெண்ணின் ஊறிப்போன பாதத்தில் பதிந்த, எளிதில் எடுக்கமுடியாத பச்சை மூங்கில்முள் தைத்தது போன்ற வலி நிறைந்த கவிதைகளை இயல்பாக எழுதி இருக்கிறார்.

மனிதமனம் எப்போதும் எதையேனும் காதலித்துக் கொண்டேதான் இருக்கிறது ஆனால் ஆண் பெண் காதலில் ஒருவரை மறந்து மற்றொருவர் மீது நாட்டம் கொள்ளும்போது நாம் ஒவ்வொருவரும் எவ்வளவு பெரிய நடிகர்கள் ஆகிவிடுகிறோம்? .

உண்மையாய், பொய்யுரைக்கும் பட்டறைகளை நமக்கு நாமே உருவாக்கி சமாளிப்புக் கூர்தீட்டிக் கொள்ளும் சத்தியவான்களாகவும், சத்தியவதிகளாகவும் மனம் மறைத்துக் கொள்கிறோம். இந்தச் சூழலில் அற்றைத்திங்கள் அவ்வெண்ணிலவில் என்பதைப்போல முன்பு சிலகாலம் ஒருவருக்கொருவர் உண்மை அன்புற்றிருந்த காலங்கள் அடிமனதில் வேர்களாகிவிடுகின்றன. அந்த வேர்களே தடுமாறும் வாழ்வைத் தாங்கிப்பிடித்தும், நிலை நிறுத்தியும் காப்பாற்றிவைக்கின்றன.

காற்று கலைத்து விட்டுப்போன மேகம்போல் இல்லாது அன்பை உடனுக்குடன் கனமழையாக பொழிந்துவிடவேண்டும் என்கிற கவிதைகளின் பகிரங்க கெஞ்சல்கள் இத்தொகுப்பில் இருக்கின்றன. அவைகுறித்து நான் எழுதுவதற்கு ஏதுமில்லை.

தீயிலிருந்து தப்பித்து
உன் வேள்வியில் விழுகிறேன்
வேள்வியிலிருந்து
தப்பித்து
மீண்டும்
தீக்கே திரும்புகிறேன்

என ஜுவாலைகளாக ஒளிர்கின்றன சிலகவிதைகள். பெண் தன் விரகத்தை ஒளிவுமறைவின்றி எழுதும் சூழல் இன்னும் இங்கே முழுமையாக கனியவில்லை. காதல்ஆசைகளை சொல்வதைக்காட்டிலும் மறைத்துக்கொள்வதே மாண்பென்ற கற்பிதங்களும் போலிப் பெருமிதங்களும் நிறைந்த பண்பாடல்லவா நம் பண்பாடு.

இந்த ஆண்டு ஒரு பிரபல வாரஇதழில் காதலர் தினத்தன்று எனது கவிதை ஒன்று பிரசுரமாகியிருந்தது அதை வாசித்த கவிஞர் ஒருவர், நண்பரும் கூட "என்ன நீங்க இன்னும் காதல் கவிதை எல்லாம் எழுதுறீங்க" என்றார் அவர் என்னைவிட பத்து வயதிற்கு மேல் பெரியவர் பேனாவை திறந்தால் காதல் கவிதைகள் தவிர வேறு எதையும் எழுதிப் பழகாதவர்... காதல் என்பது என்னவோ அவர் பாட்டன் வீட்டுச்சொத்து என்று நினைத்துக் கொண்டிருக்கிறார் போலும் பாவம். பெண் எழுத்திற்கான சூழலை உணர்த்தவே இதனைப் பகிர்கிறேன். என்னைப்

பொறுத்தவரை ஒரு பெண்ணின் மனதை, துயரை ஒரு பெண்ணால் மட்டும்தான் எழுதமுடியும் என்பதெல்லாம் விவாதங்களின் போது வெற்றியடைந்த சொற்றொடராக இருக்க முடியும். பிறர் வலியில் கரைந்துருகிப் போகும் எந்தமனதாலும் எந்தவொரு துயரையும் மகிழ்வையும் எழுதிவிடமுடியும் என்பதற்கான சான்றுகளில் இப்போது கவிஞர் ஆண்டன் பெனியின் நிறமியும் இடம்பிடித்திருக்கிறது என்றே கூறுவேன்.

இன்றைக்கு எழுதிக்கொண்டிருக்கும் பலர் தன் சக எழுத்தாளர்களின் எழுத்து பற்றி தவறியும்கூட வாய்திறந்துவிடாத இந்த கள்ளமௌன காலத்தில், இவரோ காபி வித் கவிதை என்று தான் படித்த தனக்கு பிடித்த எழுத்துக்கள் பற்றி வியந்து பாராட்டி வழங்கி வருகிறார். இந்த அபூர்வமனம் இவருக்கு வாய்த்திருப்பதால்தான்

கண்களை மூடினால்

பிரளயத்தின் பேரலை

திகிலூட்டுகிறது

பற்றிக் கொள்ள உன் கையிருந்தால்

அலையாத்திக் காடாகும் மனது

எனத் தவிப்புறும் பெண் மனதை அப்படியே எழுத வைத்திருக்கிறது. உணர்ந்துகொள்ளும், புரிந்துகொள்ளும், அக்கறைகொள்ளும் எவர் பற்றிய எவர் எழுத்திலும் உண்மை ஒளிரும் என்பதோடு பெண்களுக்கான சுயமரியாதையையும் தோழமையும் வென்றெடுக்க... இவ்வாறான புரிதல் மிக்க... ஆண்களின் எழுத்துகளும் அவசியம் தேவை என்ற நம்பிக்கையை கவிஞர் ஆண்டன் பெனி அவர்கள் ஏற்படுத்தி இருப்பது மகிழ்ச்சியளிக்கிறது

என்றென்றும் நட்புடன்

இளம்பிறை

18.08.2019

சென்னை.

ஆய்வுரை

நிறமி என்பது வண்ணங்கள் அல்ல எண்ணங்கள்...

- மணிமேகலை

ஒரு கவிதையை ரசிக்க கவிதாயினியாகவோ, கவிஞராகவோ, இலக்கியவாதியாகவோ இருக்கவேண்டுமென்ற அவசியம் இல்லை. நல்ல விமர்சகராக இருந்தாலே போதும். கவிதைக்கும் எனக்குமான தொடர்பை யோசித்தால் 'கண்ணீர் பூக்கள்', 'நடப்புக்காலம்', 'வெட்கத்தைக் கேட்டால் என்ன தருவாய்', 'மகளதிகாரம்' என்று அதன் வரிசை நீண்டுகொண்டே போகும். ஒரு ஆணுக்கும் பெண்ணுக்குமான அழகியலை, அதன்புரிதலை சொல்வது நட்பு. ஆனால் அதையும் கடந்த காதலையும் காமத்தையும் சொல்வது நிறமி.

இன்றைய சூழலில் காமத்தையும் காதலையும் பெண்கள் பேசுவது அரிதிலும் அரிதாகவே உள்ளது. ஒரு பெண்ணாக இருந்தால்தான் ஒரு பெண்ணின் வலி, பிரச்சனைகள் புரியும் என்ற புரட்சிக்கவிஞரின் வாசகத்திற்கு ஏற்ப தன்னை ஒரு மனைவியாக இருத்தி கற்பனையை உலாவவிட்டு அதில் கொஞ்சம் எதார்த்தத்தை உள்வாங்கி நறுக்கு தெறித்தார்போல பல கேள்விகளை முன் வைக்கிறது நிறமி.

எப்படி ஒரு தந்தையால் ஒரு தாயின் பார்வையில் மகளின் சின்னசின்ன அசைவுகளை, குறும்புகளை, பிடிவாதத்தை, அன்பை கவிதையாக்கி மகளதிகாரமாக உருவாக்கினாரோ அதேபோல, தன் மனைவியின் உணர்வுகளை, அன்பை, ஏக்கங்களை, வெறுப்பை வெளிப்படையாக சொல்வதாகவே இந்த நிறமியை நான் பார்க்கின்றேன். எப்படி மகளதிகாரம் படிக்கும் அம்மாக்களின் மனதில் தன் எழுத்தின் மூலம் ஒரு மெல்லிய உணர்வை கவிஞரால் ஏற்படுத்த முடிந்ததோ, அதேபோல் நிறமியின் கவிதைகள் அதனைப் படிக்கும் ஒவ்வொரு மனைவியின் மனதிலும் உணர்வுகளின் தாக்கத்தை ஏற்படுத்தும்.

பெண்ணைச் சந்தைப் பெருவழியில் விளம்பரப்பலகை இல்லாத ஒரு விற்பனைப் பொருளாக பார்க்கும் சூழலில், காமபார்வையில் மட்டுமே பார்க்கும் ஆண் சார்ந்த உலகில் ஒரு கண்ணியமான காதல் பார்வையில் ஆணும் அதே உரிமையில் பெண்ணும் தனது காதல்

உணர்வுகளை வெளிப்படுத்தமுடியும் என்பதற்குச் சான்றாக உள்ளது நிறமி. மனம் மறந்து பெண்ணின் உடலை மட்டுமே எழுதும் போக்கிலிருந்து விடுபட்டு, பெண்ணின் உள்ளத்தை எழுதிய கவிதைகளாக இருக்கின்றன ஒவ்வொரு கவிதைகளும்.

எல்லா உயிர்க்கும் காதல் உண்டு, காமம் உண்டு அது பெண்ணுக்கும் உண்டு என்ற மனசாட்சியின் வெளிப்பாடாக இந்நூல் இருப்பது தனித்துவம். பெண்களின் உணர்வுக் குவியல் ஒவ்வொரு பத்தியிலும், பக்கத்திலும் கவிதையாக நிரம்பிக் கிடக்கின்றன.

பறவைகள் கூடடைந்துவிட்டன

ஆந்தை நீ

இன்னும் வீடடையவில்லை

என்ற கவிதையில் உள்ள தனிமையும் ஏக்கமும் எல்லா பெண்களும் கட்டாயமாக உணர்ந்த உணர்வாகவே இதனைப் பார்க்கின்றேன். அவற்றை எவ்வளவு அழகியலோடு சொல்கிறோம் என்பதில்தான் கவிஞரின் தனித்தன்மை இருக்கிறது.

உன் வருகைக்கும் விடைபெறுதலுக்கும்

இடைப்பட்ட நேரம்

இரவு என்றே அழைக்கப்படுகின்றது

இதற்கு சிறுபுன்னகை உதிர்ப்பதைத் தவிர வேறெதுவும் தோன்றவில்லை ஏனெனில் அந்த புன்னைகைக்கு புரிதல் மட்டும் போதுமானது.

எனக்கான நீ
என்னுடன் இல்லாதிருப்பாய்
அல்லது
என்னருகில் இருந்தும்
இல்லாதிருப்பாய்

இவை மிகவும் துல்லியமாக கணவன் மனைவி இடையே வரையறுக்கப்பட்ட வாழ்தலின் எதார்த்தவரிகள். காரணம், ஒவ்வொரு மனிதனும் தன் துணையத் தேடி அல்லது துணையின் ஞாபகத்தில் இப்படிப்பட்ட நிகழ்வினைக் கண்டிப்பாக வாழ்வில் ஒருமுறையேனும் நினைத்துப் பார்த்திருப்பார்கள் என்பதே உண்மை.

பொருள் தேட எனைப் பிரிந்து போ

அதன் பொருட்டு தொலைந்து போகாதே

இளமைக் காலங்களில் காதல், மனம், பணம் என சென்றுகொண்டிருக்கும் இந்த வரிசையானது நாற்பதுகளில் கொஞ்சம் மாறுபட்டு, மாற்றம் பெற்று பணம் உடல் சார்ந்த காதலோடு மனம் மரத்து, உடல் உழைத்து, இளமையை விற்று, பொருள்தேடி பொருளோடு பொருளாக சுயம், நிறம், மனம், காதல், பணம் என எல்லாம் இழந்து ஏக்கப் பெருமூச்சின் வெளிப்பாடாக, அனுபவ அறிவின் வெளிப்பாடாய், அமைதியின் உருவமாய் வெள்ளை நிறத்தில் இருக்கிறது.

வண்ண வண்ண கற்பனை நிறங்களை எதிர்பார்த்து காத்துக்கொண்டிருக்கும் வண்ண விழியாளின் எதிரில்வந்து அவன் நிற்கும் தருணத்தில் நிறம் அற்றவன் ஆகிவிடுகிறான். இந்த கவிதைத் தொகுப்பில் பலவித நிறங்கள் நிரம்பி வழிகின்றன. ஆசை பசி தேவை கோபம் போன்ற எண்ணங்கள் சிவப்பு நிறத்திலும், ஆங்காங்கே மகிழ்வின் மஞ்சள் நிறத்திலும் ஏக்கம், நிராகரிப்பு, உடல்வருத்தம் போன்றவை ஊதா கருப்பு போன்ற அடர்நிறத்திலும், வெகுசில இடங்களில் வெள்ளை நிறத்திலும் காணமுடிகின்றது. இங்கே வெள்ளை நிறமென்பது எல்லா நிறங்களாகவும் இருக்கலாம் அல்லது எதுவுமற்ற ஒன்றின் நிறமாகவும் இருக்கலாம்.

எல்லா இடங்களிலும் ஏதாவது ஒரு உணர்வின் நிறம் பளீரிடுவதும் சில இடங்களில் இயலாமையின் உணர்வை கோபத்தின் சாயலிலும் காணமுடிகின்றது. இந்த நிறமி உடலெங்கும் பரவுவதைவிட உணர்வெங்கும் பரவுவது சிறப்பு. நிறமி என்றாலே தூய்மை. அதே தூய்மை தன்மையோடு உணர்வுபூர்வமாக வெளிக் கொண்டுவந்திருப்பதில் மிக்க மகிழ்ச்சி. இம் மாதிரியான கவிதைகளை

படிக்கும்போது கவிஞர் இளம்பிறை அவர்களின் 'நம்பத்தகுந்தசில' என்ற கவிதையும் நினைவுக்குள் வந்து நிழலாடுகிறது. காரணம் இரண்டுமே உணர்வுக் குவியலை உயிருக்குள் செலுத்தி ஊசியின் காதுவழியே ஊமை இதயத்தில் நிஜங்களை மட்டுமே பார்க்க வைக்கிறது.

உன் முகத்திற்கும் உணவுத் தட்டுக்குமாக

அல்லாடுகிறது என் விழிப்பறவை

நீயோ வாய்சுவற்றில்

எருவெறிந்து கொண்டிருக்கின்றாய்...

இப்படி பல நிஜங்களை மனதில் தோன்றும் பல வண்ணங்களாலான நிறமியாக தொகுத்து தந்திருக்கும் கவிஞர் ஆண்டன் பெனிக்கு வாழ்த்துக்கள். நிறமி என்பது வெறும் வார்த்தைகளின் வண்ணங்கள் அல்ல அது வாழ்வியலின் எண்ணங்கள் என்பது வாசித்தால் உங்களுக்கே புரியும்.

அன்புடன்,

மணிமேகலை சௌரிராசன்

சென்னை.

◆ நிறமி   ஆண்டன் பெனி ◆

மறந்தே போனது
தலைமுடி கோதிய
காலை
விரல்கள் நீவிய
மதியம்
கன்னம் கிள்ளிய
மாலை
முத்தமிட்ட
முன்னிரவு.

♦நிறமி   ஆண்டன் பெனி♦

உன்
மதுக் கோப்பையின்
இறுதித் துளி நான்
நுனிநாக்கில்
ஏந்திக்கொள்

◆ நிறமி   ஆண்டன் பெனி ◆

நினைவுகளை
உன்னில்
நிறுத்தியிருக்கிறேன்
என் ஆன்மாவின்
ஒற்றைப் புள்ளி
நீ

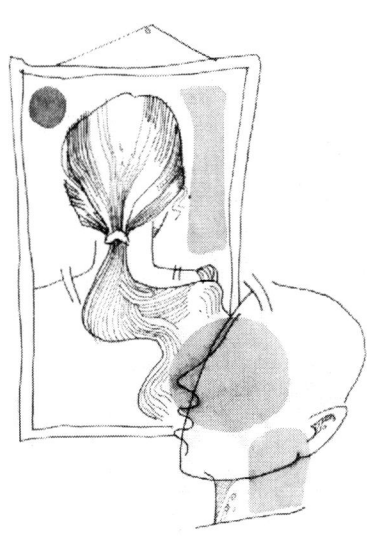

◆ நிறமி

ஆண்டன் பெனி ◆

அரவணை
ஆற்றுப்படுத்து
அக்கறை கொள்
அதனினும் காமம்
மீச்சிறு.

♦ நிறமி   ஆண்டன் பெனி ♦

பறவைகள்
கூடடைந்துவிட்டன
ஆந்தை நீ
வீடடையவில்லை

◆ நிறமி   ஆண்டன் பெனி ◆

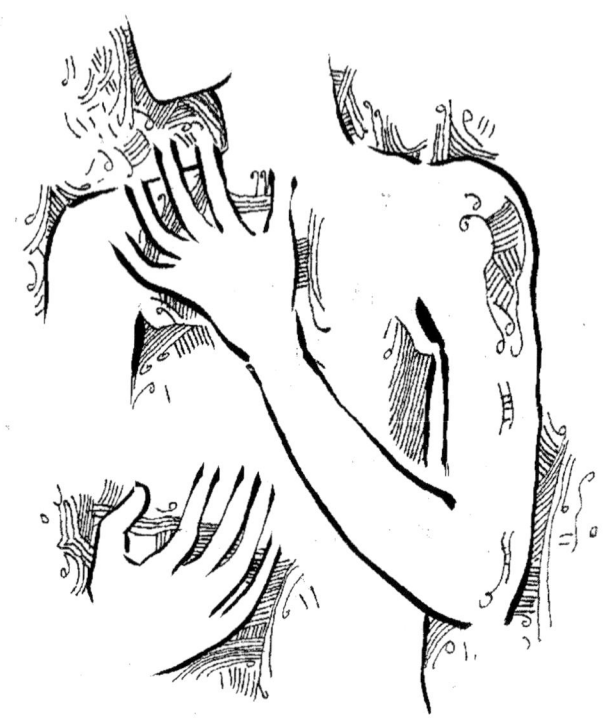

தனிமையில்
வெகுவாக
அச்சமூட்டும்
உன் நினைவுகளை
என் இரு கைகளால்
விரட்டுகிறேன்
இயலாமையின்
தவிப்பில்.

♦ நிறமி   ஆண்டன் பெனி ♦

பெருவானில்
நீ
வட்டமிட்டது
போதும்
வந்து
என் மீது
அமர்.

◆ நிறமி   ஆண்டன் பெனி ◆

காதில் சொன்ன
அதே இரகசியத்தை
என்
உதடுகளிடமும்
ஒற்றிச்சொல்
இடைவெளியின்றி.

◆ நிறமி   ஆண்டன் பெனி ◆

மோகத் தகிப்பு
தவளையின்
தாபமாக
இருக்கிறது
நீரின்றி
அணையாது
மனது.

உன் வருகைக்கும்
விடைபெறுதலுக்கும்
இடைப்பட்ட நேரம்
இரவு என்றே அழைக்கப்படுகிறது.

♦ நிறமி   ஆண்டன் பெனி ♦

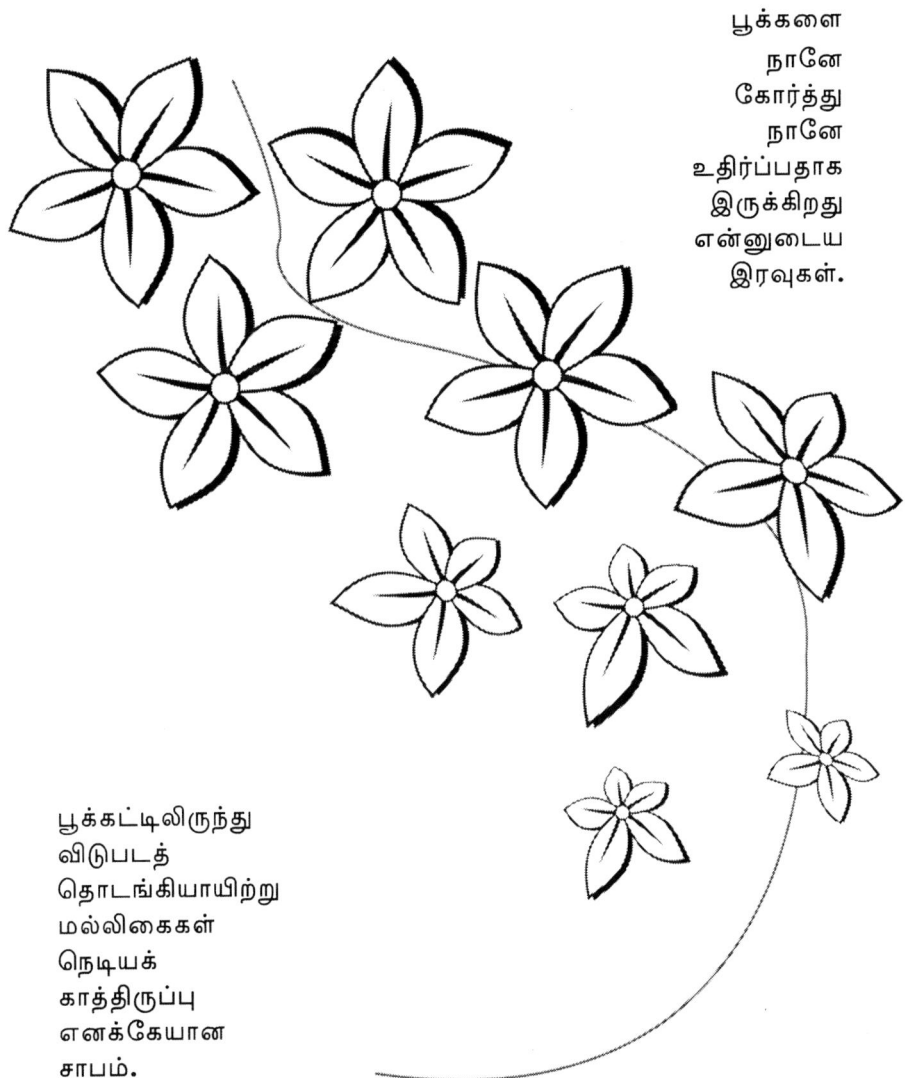

பூக்களை
நானே
கோர்த்து
நானே
உதிர்ப்பதாக
இருக்கிறது
என்னுடைய
இரவுகள்.

பூக்கட்டிலிருந்து
விடுபடத்
தொடங்கியாயிற்று
மல்லிகைகள்
நெடியக்
காத்திருப்பு
எனக்கேயான
சாபம்.

◆ நிறமி   ஆண்டன் பெனி ◆

உன்னை
நானே எடுத்துப்
பருகிக்கொள்ள
நினைக்கையில்
நீ
ஆணாக இருக்கிறாய்.

என்
தயக்கத்தின் போது
அன்பினைப்
பெருக்கு
மருகலின்போது
அதனை
என்மேல் ஊற்று
மயங்கிச் சரியும்போது
என்னையே
உறிஞ்சிக்கொள்.

◆ நிறமி   ஆண்டன் பெனி ◆

நான்
நெருப்பில்
நனையும் போதெல்லாம்
நீ
நீரால் தழல் எழுப்பு
இறுகக்
கட்டிக்கொண்டு
இருவரும்
அணைந்து போவோம்.

◆ நிறமி   ஆண்டன் பெனி ◆

என் ஆன்மா
உன் வழியெங்கும்
இறைந்து கிடக்கிறது
அதன் மீதேறி
எங்கும் போய் வா

♦ நிறமி   ஆண்டன் பெனி ♦

உன் அருகாமையிலும்
பறவைகளின் மீதான
என் அலாதிப்
பிரியமும்
கவன ஈர்ப்பும்
நியாயமாய்
உன்னைக்
காயப்படுத்தியிருக்க
வேண்டும்.

ராஜாளிப்
பறவைதான் நீ
கூர்மையான
அலகினால்
என்னை முத்தமிடாதே
கொடூர
நகக்கால்களோடு
வந்தென்மீது
அமராதே.

◆ நிறமி   ஆண்டன் பெனி ◆

பூவொன்றின்
மீதமர்ந்து
மகரந்தங்களை
வருடி
வலிக்காமல்
தேனெடுக்கும்
ஒரு வண்டின்
மோனநிலையில் வா.

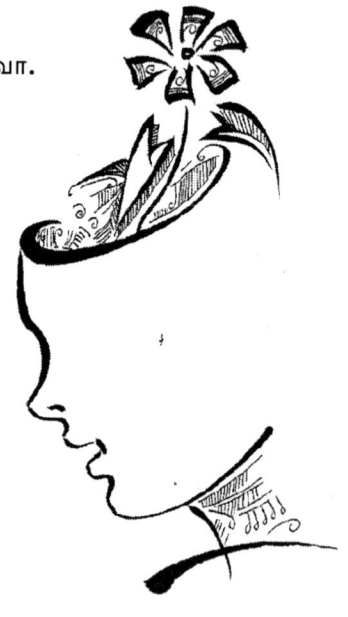

நாக்கின்
ஈரப்படுத்துதலும்
பற்களின்
வருடலும்
தேவையாயிருக்கிறது
முத்தத்திற்கு
தயாராகும்
உதடுகளுக்கே.

♦ நிறமி ♦ ஆண்டன் பெனி ♦

சன்னலில்
முகம் வைத்து
நிலவைப் பார்த்தேன்
உன்தோளில்
முகம் வைத்து
நிலவைப் பார்த்தேன்
இரண்டும்
வெவ்வேறு நிலா.

♦நிறமி   ஆண்டன் பெனி♦

சரக்கொன்றை
மலர் நான்
உன்
கைப்பிடியெங்கும்
பூவிதழாகவே
இருப்பேன்.

உனதன்பைச்
சொல்லித் திரியாதே
மனதெங்கும்
உடலெங்கும்
அதுவாகவே
நிறை.

♦ நிறமி   ஆண்டன் பெனி ♦

நான்
ஐவகை நிலங்களின்
உரிப்பொருள்
நீயே
அதன்
திணைமயக்கம்.

பொருள் தேட
என்னைப்
பிரிந்துபோ
அதன் பொருட்டுத்
தொலைந்துப்
போகாதே.

என் வார்த்தைகள் யாவும்
மனைவியாற்றுப்படைதான்
மன்னவா
உன்மார்பில் தலைசாயும்
பரிசே போதும்.

♦ நிறமி   ஆண்டன் பெனி ♦

ஒரு முறையேனும்
என்முன்
மண்டியிட்டு யாசி
பெண்மையின் வரம்
இறையருளினும்
தொன்மையானது.

♦ நிறமி   ஆண்டன் பெனி ♦

கண்களை மூடினால்
பிரளயத்தின்
பேரலை திகிலூட்டுகிறது
பற்றிக்கொள்ள
உன் கையிருந்தால்
அலையாத்திக் காடாகும்
மனது.

♦ நிறமி ஆண்டன் பெனி ♦

எனதுடல் ஏழுசுரம்
கீழிருந்து மேல்
மேலிருந்து கீழ்
இடமிருந்து வலம்
வலமிருந்து இடம்
என்று எதுவுமில்லை
நீ தொடங்கும் இடமே
அதன் ஆதார சுதி.

♦ நிறமி   ஆண்டன் பெனி ♦

திரைச்சீலை
இரவு விளக்கு
இரண்டிற்கும்
என் சோர்வு.

◆ நிறமி   ஆண்டன் பெனி ◆

கிறங்கிக் கிடக்கிறேன்
இப் பெருங்கனியின்
ஒரு சுளையேனும்
கொண்டால் போதும்
உடல் தெளிவேன்.

தக்கை அசைந்தும்
உனது கண்களில்
சலனமேயில்லை
உன் தூண்டில்
என்னை
நழுவவிடுகிறது.

♦ நிறமி   ஆண்டன் பெனி ♦

என் தனிமைபற்றி
ஒரு பறவையிடம் கேள்
அதன் அலகினும்
கூர்மையானது
அது.

மேடுபள்ளங்கள்
சமமானபின்
நீ
பயணிக்க
என்ன இருக்கிறது.

♦ நிறமி   ஆண்டன் பெனி ♦

ஆயினும்
உன் உரையாடலைக் கேட்கிறேன்
நான்கு சுவர்களுடன்
நானும்.

நானொரு
புல்லாங்குழல்
உதடுகளும்
விரல்களும்
உண்மையாய்
ஒற்றிக் கொள்ளவேண்டும்.

♦ நிறமி   ஆண்டன் பெனி ♦

நான் ஊற்றுக் கிணறு
என்றறிந்தும்
கண்களால்
நீர் இரைத்துப்
போகிறாய்.

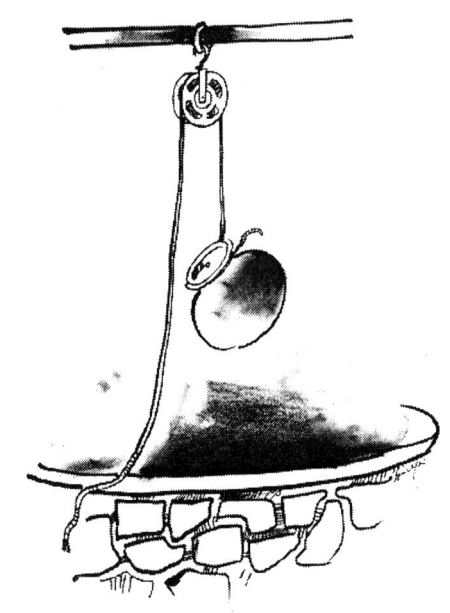

♦ நிறமி   ஆண்டன் பெனி ♦

என் உதடுகளை
எழுத்துக் கூட்டியும்
வாசிப்பதில்லை
இழுத்துக் கூட்டியும்
வாசிப்பதில்லை
நீ.

நீ உறங்கியதும்
இரவுகள்
என்னைத்
தின்னும்.

◆ நிறமி   ஆண்டன் பெனி ◆

எங்கிருந்தாவது
தொடங்கு
உனதன்பால்
நிரம்பிவழியட்டும்
என் பாத்திரம்.

உன் விரல்கள்
ருசிபார்த்த பின்னும்
தின்னத்
தெரியாதவன்
நீ.

ஓரிடத்தில் தொடங்கி
வேறோர் இடத்தில்
முடிக்கவேண்டும்
நீயோ
தொடங்கிய இடத்தில்
முடிப்பவன்.

◆ நிறமி   ஆண்டன் பெனி ◆

பட்டாம்பூச்சி
பிடித்துப்
பழகியவன் நீ
அந்த
சிறகுகளின்
நுனிக்
குறுகுறுப்பை
எனக்குத்
தருவதேயில்லை.

♦ நிறமி   ஆண்டன் பெனி ♦

அர்த்தமற்ற
உன் தேடலின் போது
நினைவிழக்கத்
தோன்றுகிறது

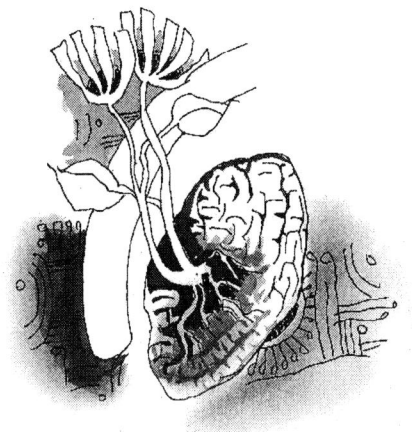

காலில் துவங்கி
முன்னும் பின்னும்
பாசாங்கி
கடலலையாய்
மெல்ல மேல்நோக்கி
முழுவதும் நனைகிறது
என் தனிமை

நான்
ஆடைமாற்றும்போது
அறையிலிருந்து
வெளியேறிய பின்னும்
ஆம்பிளையாடா
நீ

◆ நிறமி   ஆண்டன் பெனி ◆

எனக்கான நீ
என்னுடன்
இல்லாதிருப்பாய்
அல்லது
என்னருகில்
இல்லாதிருப்பாய்.

வகிடு எடுத்த இடத்தில்
புருசா நீதான்
பொட்டு வைக்கவேண்டும்.

என்னை
அடைத்து விட்டுப்போன
அறைக்குள்ளிருந்து
நீ என்னிடம் பேசிய
உன் ஏழே ஏழு வார்த்தைகளை
எண்ணிக்கொண்டிருக்கிறேன்.

♦ நிறமி   ஆண்டன் பெனி ♦

உன்னிடம் இருக்கிறதா
என் வாழ்வைச் சுமந்தபடி
ஒற்றைச் சொல்லேனும்.

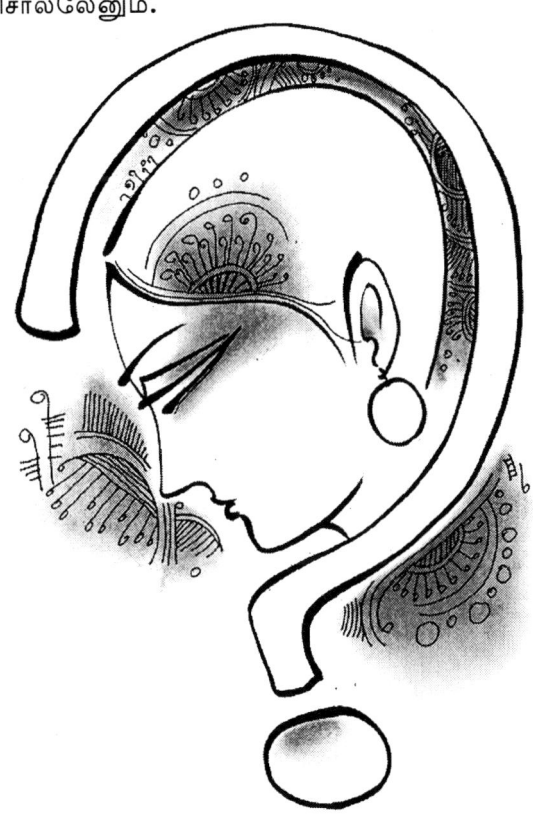

♦ நிறமி   ஆண்டன் பெனி ♦

என் ஈரக் கூந்தல்
விசிறிய சாரலில்
எந்தத் துளியில்
தாபம் இருந்ததெனக்
கேட்கிறான்
எல்லாம் உலர்ந்தபின்.

◆ நிறமி ◆ ஆண்டன் பெனி ◆

என்னால்
கட்டிக்கொள்ளத்தான் முடியும்
இறுகக் கட்டிக்கொள்வது
உனது ப்ரியங்களின்
அழுத்தக் குறியீடு.

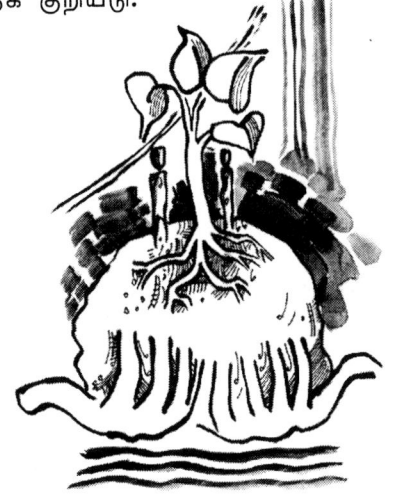

கையெட்டும் தூரத்தில்
நானிருந்தும்
கவனமற்றிருக்கிறான்
கையாலாகாதவன்.

ஒருநாளேனும்
உன்னை விலக்கிவிட்டு
காலையில்
உறக்கம் கலையவேண்டும்.

◆ நிறமி   ஆண்டன் பெனி ◆

வெட்க நேரங்களில்
எளிதில் வீழ்வேன்
என்பதையும்
அறியாதவன் அவன்.

சாளரக்கம்பியில்
வண்ணத்துப்பூச்சி
எங்கேயடா
இருக்கிறாய்
தவழ்ந்து
தும்பி பிடிப்பவனே.

◆ நிறமி   ஆண்டன் பெனி ◆

மூங்கில் கணுக்களில்
சறுக்குகிறது முன்பனி
உதடுகளின்
ஒரு பள்ளத்தினையேனும்
நிரப்பிவிட்டுப் போ.

நீ தந்துபோன
ஒருபிடி அன்பு
ருசிபார்க்கத்தானே
வா உனதன்பால்
நிரம்பித் தளும்பட்டும்
என் பாத்திரம்

♦நிறமி ஆண்டன் பெனி♦

காற்றழுத்தத் தாழ்வுநிலை
அறியா தலையணை
என்னது.

நானொரு
இரண்டெழுத்துக்
காதல்காரி
நீயொரு
ஓரெழுத்துக் காதல்காரன்
நமக்கான காதல்
எண்ணமுடியாத
எழுத்துகளோடிருக்கிறது.

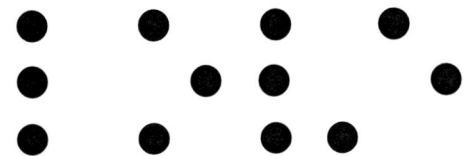

காதல் சம்மதத்தில்
பேரிலக்கியமாகும் என்னை
எழுத்துக்கூட்டி
வாசிக்கத்தொடங்கு
சிலஇடங்களில்
பிரைலி எழுத்துகளால்
உன்னை
இன்னுமாக வசீகரிப்பேன்.

♦ நிறமி ♦   ♦ ஆண்டன் பெனி ♦

நாபிக்கமலம்
ஓர் இறைவழிபாட்டினை
நினைவுபடுத்தட்டும்
முழுமனதின்றி
முக்தியடைய
முடியாதென்கிறது
பாலபாடம்.

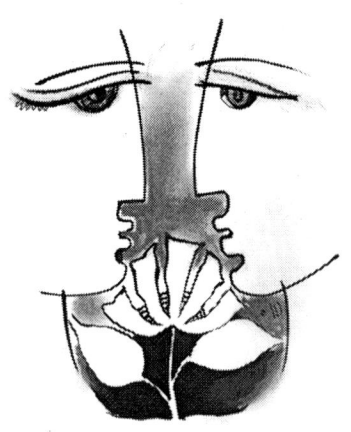

ஆப்பிளின் வலதுபுறம் நீயும்
இடதுபுறம் நானுமாகத்
தின்னத்தின்ன
இடைவெளி குறைகிறது
எச்சில்படாத முத்தங்களில்
ஓரொண்ணு ஒண்ணிலேயே
நின்றுவிடுகிறது
உன் வாய்ப்பாடு.

◆ நிறமி ◆ ஆண்டன் பெனி ◆

ஆற்றுப்படு
ஆசுவாசப்படு
அத்தனைக்கும் ஆசைப்படு
நானொரு வாத்திய இலக்கியம்.

♦ நிறமி   ஆண்டன் பெனி ♦

பூக்காரம்மா
நினைவேற்றிய பின்னும்
மறந்தே வருகிறான்
அவனுக்கான
ஒரு முழம் பூவை.

♦ நிறமி   ஆண்டன் பெனி ♦

தனிமை
முதலில்
என் வெட்கத்தையும்
தொடர்ந்து
உணர்ச்சியையும்
தின்றுவிடுகிறது.

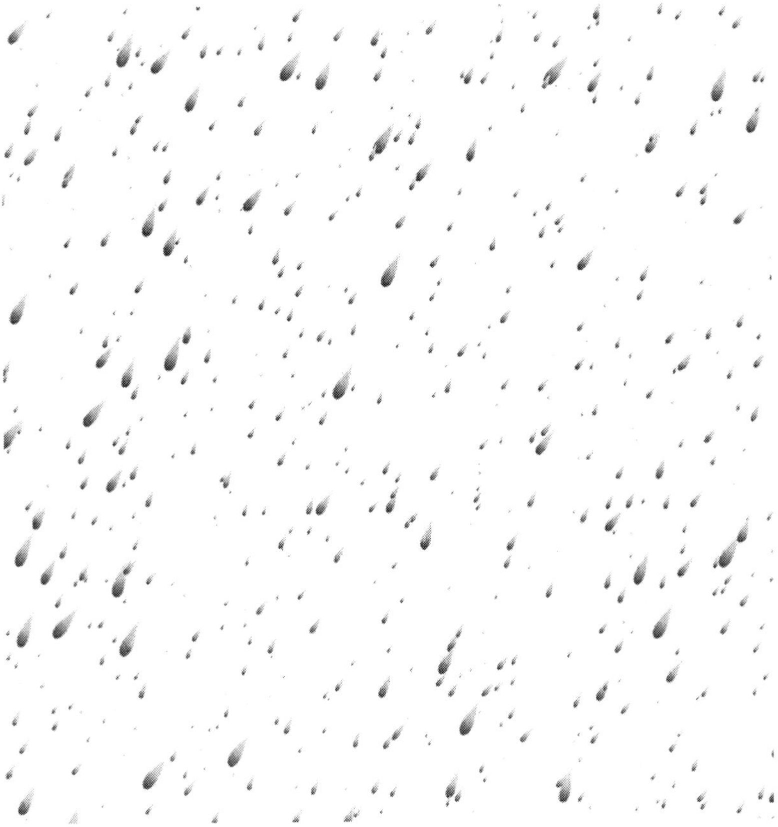

♦ நிறமி   ஆண்டன் பெனி ♦

அவனொரு
ஆலங்கட்டிமழை
அங்கொன்றும்
இங்கொன்றுமாய்
பெய்ய
நிலமோ
நனையாதிருக்கும்.

◆ நிறமி   ஆண்டன் பெனி ◆

துளியளவு
சேர்ந்தாலும்
தருவானில்லை
மிகைசேர்த்து
விஷமாக்குவான்
அன்பை.

அவனின்
நினைவுகளால்
வெளிச்சம் பரவும்
என் இரவுகளுக்கெல்லாம்
வேறோர் பெயர்

காதுமடல்களின்
பின்புறம்
வைத்திருக்கிறேன்
என் இரவுக்காதலை
நீயோ
உடலெங்கும்
தேடிக்கொண்டிருக்கிறாய்.

◆ நிறமி   ஆண்டன் பெனி ◆

அப்பா பார்த்ததும்
விளையாடவேண்டிய
குழந்தைக்கு...
உறங்கிவிடும்
அச்சம் தருகிறாய்
உன் எச்சில் இரவுகளில்.

உன் முகத்திற்கும்
உணவுத் தட்டுக்குமாக
அல்லாடுகிறது
என் விழிப்பறவை
நீயோ
வாய்ச்சுவரில்
எருவெறிந்து கொண்டிருக்கிறாய்.

◆ நிறமி   ஆண்டன் பெனி ◆

மருதாணிப் பாதங்களையும்
நகச்சாய விரல்களையும்
நேரெடுத்த புருவங்களையும்
அவ்வப்போதில்லாமல்
வேறெப்போது பார்க்கும்
உன் எழவெடுத்த
விழிகள்.

பெரும்பாலான
இரவுகளில்
காற்றுதான்
கதவைத் தட்டுகிறது.

♦ நிறமி   ஆண்டன் பெனி ♦

எனது ப்ரியங்களின்
மீதுதான்
நடந்து திரிகிறாய்
இலகுவாக.

வெந்நீர் ஒத்தடம்
போலும்
உன் முத்தம்.

என் மனதைத் திறந்து
உடலைப் படி.

◆நிறமி   ஆண்டன் பெனி◆

இரவுகள்
தூரத்திலும் தூரமே
நினைவில் எட்டும்
தூரத்திலாவது
இரு.

◆ நிறமி   ஆண்டன் பெனி ◆

ஒரு முத்தத்தை
இரண்டாகப் பிரித்து
பின்
சேர்ந்து உண்ணச்
சொல்கிறது
ஓர் இல்லற விதி.

உள்ளொரு
அன்பை வைத்து
புறமொரு அன்பால்
என்னிடம் நெருக்காதே
அசிங்கம் பொறுக்காதவள்
நான்.

◆ நிறமி   ஆண்டன் பெனி ◆

ஆண்மை
படுக்கைக்கானதா
போடா போ
என் எச்சிலும்
உன் மேல்
படாதிருக்கட்டும்.

♦ நிறமி   ஆண்டன் பெனி ♦

உன் உள்ளங்கை
என் நெற்றியிலிருந்து
உச்சந்தலைவரை
ஊர்ந்த நாள்
நினைவில்
இருக்கிறதா

◆ நிறமி   ஆண்டன் பெனி ◆

உயிரோடிருக்கிறாய்
என்பதை
அவ்வப்போது
நம்பவைத்துவிட்டாய்
அன்பாயிருப்பதையும்
எப்போதாவது
உணர வையேன்.

நிலா நிலா ஓடிவா
நில்லாமல் ஓடிவா
குழந்தையின்
குரல் கேட்டதும்
நிலா வந்துவிட்டது
எப்படி அழைத்தும்
நீ வரவில்லை.

♦ நிறமி   ஆண்டன் பெனி ♦

இரு புருவங்களுக்கு
இடைப்பட்ட தூரத்தினை
முத்தத்தாலன்றி
வேறெப்படி
நேர் செய்வாய்.

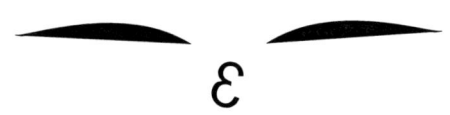

வெகுவாய் அஞ்சுகிறேன்
பசிபோலவே
அன்புக்குமான
உன் நேர ஒதுக்கீட்டினை
நினைத்து
நினைத்து.

♦நிறமி   ஆண்டன் பெனி♦

குழந்தை
அப்பாவை
தேடியும்
தேடிக் களைத்து
மறந்தும் விடின்
அது
சிறு மரணம்தானே.

♦ நிறமி   ஆண்டன் பெனி ♦

எவளையும்
நட்பென்றுதான்
சொல்கிறாய்
உன்னிடத்தில்
என் குறைந்தபட்ச
எதிர்பார்ப்பும் அவ்வளவே.

சொற்கள்தானே
என்கிறாய்
சரிதான்
எனக்கு வாய்த்ததோ
சொற்கள் சுட்டால்
தாங்கா மனது.

படரும் உன்னை
உடுத்திக் கொள்ளவும்
சரியும் உன்னை
நேர்நிறுத்தவும்
நழுவும் உன்னைத்
தாங்கிக்கொள்ளவும் ஆசை
அதற்கு
நீ வேண்டும் தானே.

♦ நிறமி   ஆண்டன் பெனி ♦

பூங்காக்களில்
கைகோர்த்து
நடக்கிறோம்
தனித்தனியாக.

நடைத் திறக்கக்
காத்திருக்கிறேன்
உன் ஆராதனையில்
கீழ்ப்படியும் என் காலம்.

நான்
ஏந்திக் கொள்ளாத வரை
உன்னிடமிருப்பவை
முத்தங்களில்லை.

♦ நிறமி   ஆண்டன் பெனி ♦

என் அன்பை
இப்படிச் சொல்கிறேன்
கேள்
வெளிச்சம்
இருக்கும் வரைதான்
பறக்கும்
பறவையின் நிழல்.

◆ நிறமி   ஆண்டன் பெனி ◆

இதுவொரு
மழைக்காலம்
கொஞ்சம் மேகம்
கொஞ்சம் காற்று
நிறைய
நானிருந்தும்
வராத உனக்கு
மழையென்றே
பெயர் மணாளா.

◆ நிறமி   ஆண்டன் பெனி ◆

அதிகாலையில்
தொடங்கி
வெளிச்சத்தில் முடிக்கிறேன்
கோலத்தினை
பல நேரங்களில்
பூசணிப்பூ
அமரும்
சாணத்திற்கு
உன் முகம்.

என்னை
ஆளவேண்டுமென
நினைத்திருப்பாய்
அதையுன்
சிம்மாசனமும்
செங்கோலும்
அறியும்படி
நினைத்திருக்கலாம்.

♦ நிறமி   ஆண்டன் பெனி ♦

உன்
தனிமையை
என்னை
வைத்து
விரட்டியபின்
திமிர்வேங்கையென
நகர்கிறாய்
உன் பிம்பம்
புழுவாகத்
தொடர்கிறது.

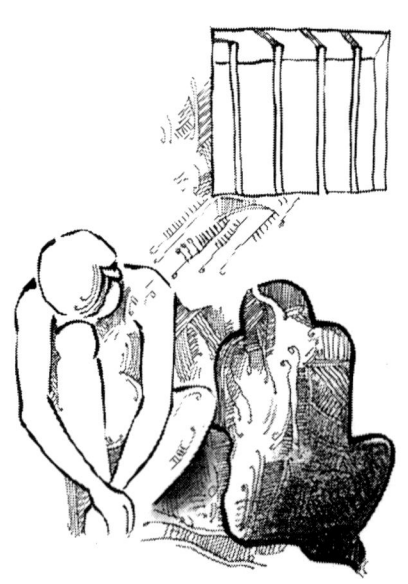

♦ நிறமி   ஆண்டன் பெனி ♦

வாசல் வந்து
கையசைப்பதும்
வாசல்திறந்து
உள் அழைப்பதும்
உனக்குப் பிடித்திருக்கலாம்
அப்படி என்னை
வாசலில் நின்று
வழியனுப்பி விடாதே
வரவேற்றும் விடாதே
அது உன் ஆண்திமிருக்கு
ஆகாது.

◆ நிறமி   ஆண்டன் பெனி ◆

பகலில்
நிலவைப் போலவும்
இரவில்
சூரியனைப் போலவும்
என் நினைவிலிருந்து
ஒளிந்துகொள்ள
உனக்கு மட்டும் கிடைத்துவிடுகிறது
இன்னொரு உலகம்.

♦ நிறமி ♦ ஆண்டன் பெனி ♦

மௌனமாக
உடைய வேண்டுமென்ற
நிர்பந்தத்துடன்
உன் உறைந்த மௌனத்தால்
என்னை
உடைத்தெறிகிறாய்.

♦நிறமி   ஆண்டன் பெனி♦

நீ ஆதாம்
நான் ஏவாள்
தோட்டம் நிறையப் பழங்கள்
உண்ணக்கூடாத பழத்தினை
அடையாளம் காட்ட
ஓர் கடவுள் வேண்டும்
இப்போது.

♦ நிறமி ♦   ♦ ஆண்டன் பெனி ♦

மூலஸ்தானம் விட்டு
வெளியே வா
தீப ஆராதனையிலும்
ஒளிமிகுந்தது
என் வெளிச்சம்.

◆ நிறமி   ஆண்டன் பெனி ◆

என் வார்த்தைகளுக்கு
அர்த்தம் கேட்கிறாய்
அதன் பின்
அர்த்தமற்று இருக்கிறாய்.

என் வலிகளை
நீ வாங்கிக் கொள்ள முடியாது
துவண்டுவிடாமல்
என்னைத்
தாங்கிக்கொள்ளலாம்.

மருதாணி
செடியில் சிவக்காது
என்பதை
உன்னிடம் சொல்ல முடியாது
சிவந்து கிடக்கிறேன்.

◆ நிறமி   ஆண்டன் பெனி ◆

ஆடைக்கு முன்பே
என்னை
உடுத்திக்கொண்டவன்
எங்கிருக்கிறானோ
நானின்றி.

உன்னை
என்னுள் இருத்திக் கொள்ளும்
வேண்டுதல்களின்
போதெல்லாம்
எனக்குள்ளிருக்கும் நீ
வெளியேறிவிடுகிறாய்.

நீ ஓய்வுறும் நேரங்களில்
தரும் அன்பும்
எனக்கு இன்னொரு
வேலையாக இருக்கும்.

♦ நிறமி   ஆண்டன் பெனி ♦

அவனைச் சேர்ந்த
வண்ணத்துப் பூச்சியிடம்
என் ஒற்றைக் கொலுசு
நியாயம் கேட்க
வருவான் தானே.

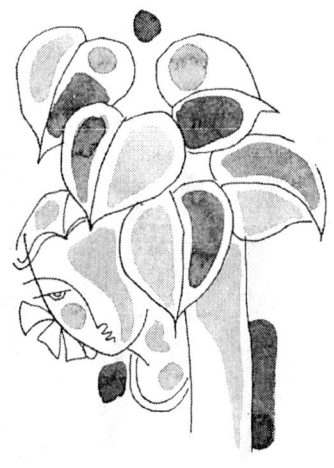

மாலையில் கனகாம்பரம்
இரவில் முல்லைப்பூ
பகலில் ஒற்றை ரோசா
நீ காலங்கடந்து வருவதால்
அம் மூன்றும்
சாமந்திப்பூவாகி
என்னைக் கிடத்தியிருக்கும்.

உன்னுடனான நேரங்களில்
உறங்கப் பிடிக்கவில்லை
நீ இல்லாத நேரங்களில்
உறங்கப் பழகவில்லை.

♦ நிறமி   ஆண்டன் பெனி ♦

இறப்புக்கு முன்
கொஞ்சம் உறங்கவும்
இறந்த பின்
உன்னிலிருந்து
முழுவதும் மறையவும்
உன் விரல்களால்
என் இமைகளைக் கொஞ்சம்
மூடிவிடு.

◆ நிறமி   ஆண்டன் பெனி ◆

தீயிலிருந்து தப்பித்து
வேள்வியில்
விழுகிறேன்
வேள்வியிலிருந்து தப்பித்து
தீக்கே திரும்புகிறேன்.

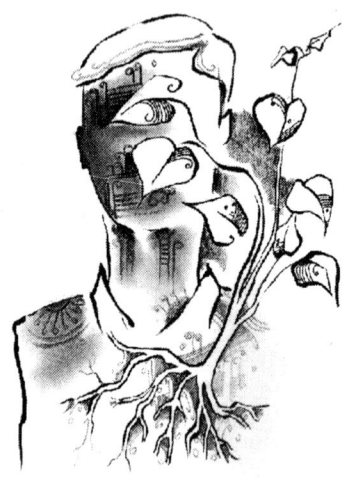

வழிய
வழிய
வெட்கம் தந்தாலும்
அதைத்
திண்ணப்
பழகாதவன்.

உன்னுயிர்க் காற்றால்
ஊதி வருடு
தேக்கு மரமெனினும்
வேரறுந்து சாய்வேன்
உன் திசையில்.

படைப்புப் பதிப்பகம் வெளியீடுகள்

2020

1. இடரினும் தளரினும் - விக்ரமாதித்யன்
2. கன்னத்துப் பூச்சி - மணி சண்முகம்
3. நிறமி - ஆண்டன் பெனி
4. யமுனா என்றொரு வனம் - ஆண்டன் பெனி

2019

1. நம் காலத்துக் கவிதை - விக்ரமாதித்யன்
2. ஆரிகாமி வனம் - முகமது பாட்சா
3. எறும்பு முட்டுது யானை சாயுது - கவிஜி
4. சொல் எனும் வெண்புறா - மதுரா
5. யாவுமே உன் சாயல் - காயத்ரி ராஜசேகர்
6. நீர்ப்பறவையின் எதிரலைகள் - குமரேசன் கிருஷ்ணன்
7. பொலம்படை கலிமா - ஜோசப் ஜூலியஸ்
8. நீ பிடித்த திமிர் - அகதா
9. இசைதலின் திறவு - ஜானு இந்து
10. மறை நீர் - கோ. லீலா
11. தேநீர் கடைக்காரரின் திரவ ஓவியம் - பிரபு சங்கர்
12. எரியும் மூங்கில் இசைக்கும் நெருப்பு - நடன சந்திரமோகன்
13. வேர்த்திரள் - சலீம் கான் (சகா)
    (பரிசுப்போட்டிக்கு வந்த கவிதைகளின் தொகுப்பு)
14. வான்காவின் சுவர் - ஜின்னா அஸ்மி
    (மின்னிதழ்களில் வந்த கவிதைகளின் தொகுப்பு)
15. இருளும் ஒளியும் - பிருந்தா சாரதி

படைப்புப் பதிப்பகம் வெளியீடுகள்

2018

1. நீர் வீதி - ஜின்னா அஸ்மி
   (படைப்பு மின்னிதழ்களில் வந்த கவிதைகளின் தொகுப்பு)
2. பாதங்களால் நிறையும் வீடு - ஜின்னா அஸ்மி
   (பரிசுப்போட்டிக்கு வந்த கவிதைகளின் தொகுப்பு)
3. உயிர்த்திசை - சலீம் கான் (சகா)
   (பரிசுப்போட்டிக்கு வந்த கவிதைகளின் தொகுப்பு)
4. வெட்கச் சலனம் - அகராதி
5. சிண்ட்ரெல்லாவின் தூரிகை - குறிஞ்சி நாடன்
6. அசோகவனம் செல்லும் கடைசி ரயில் - அகதா
7. என் தெருவில் வெஸ்ட் மினிஸ்டர் பாலம் - கோ. ஸ்ரீதரன்
8. அஞ்சல மவன் - கட்டாரி
9. கடவுள் மறந்த கடவுச்சொல் - ஜின்னா அஸ்மி
10. கை நழுவும் கண்ணாடிக் குடுவை - கவி விஜய்

2017

1. மௌனம் திறக்கும் கதவு - ஜின்னா அஸ்மி
   (படைப்பு மின்னிதழ்களில் வந்த கவிதைகளின் தொகுப்பு)
2. நதிக்கரை ஞாபகங்கள் - ஜின்னா அஸ்மி
   (பரிசுப்போட்டிக்கு வந்த கவிதைகளின் தொகுப்பு)
3. உடையாத நீர்க்குமிழி - ஜின்னா அஸ்மி
   (பரிசுப்போட்டிக்கு வந்த கவிதைகளின் தொகுப்பு)
4. இந்தப் பூமிக்கு வானம் வேறு - ஆண்டன் பெனி
5. நிலவு சிதறாத வெளி - காடன் (சுஜய் ரகு)
6. இலைக்கு உதிரும் நிலம் - முருகன். சுந்தரபாண்டியன்
7. நிசப்தங்களின் நாட்குறிப்பு - குமரேசன் கிருஷ்ணன்
8. நினைவிலிருந்து எரியும் மெழுகு - ஆனந்தி ராமகிருஷ்ணன்